Impressum
Verlag: BABADADA GmbH, Nedderfeld 112 , 22529 Hamburg
Geschäftsführer / Verlagsleitung: Harald Hof
Druck: Books on Demand GmbH, In de Tarpen 42, 22848 Norderstedt

Imprint
Publisher: BABADADA GmbH, Nedderfeld 112 , 22529 Hamburg, Germany
Managing Director / Publishing direction: Harald Hof
Print: Books on Demand GmbH, In de Tarpen 42, 22848 Norderstedt, Germany

sekolah

trường học

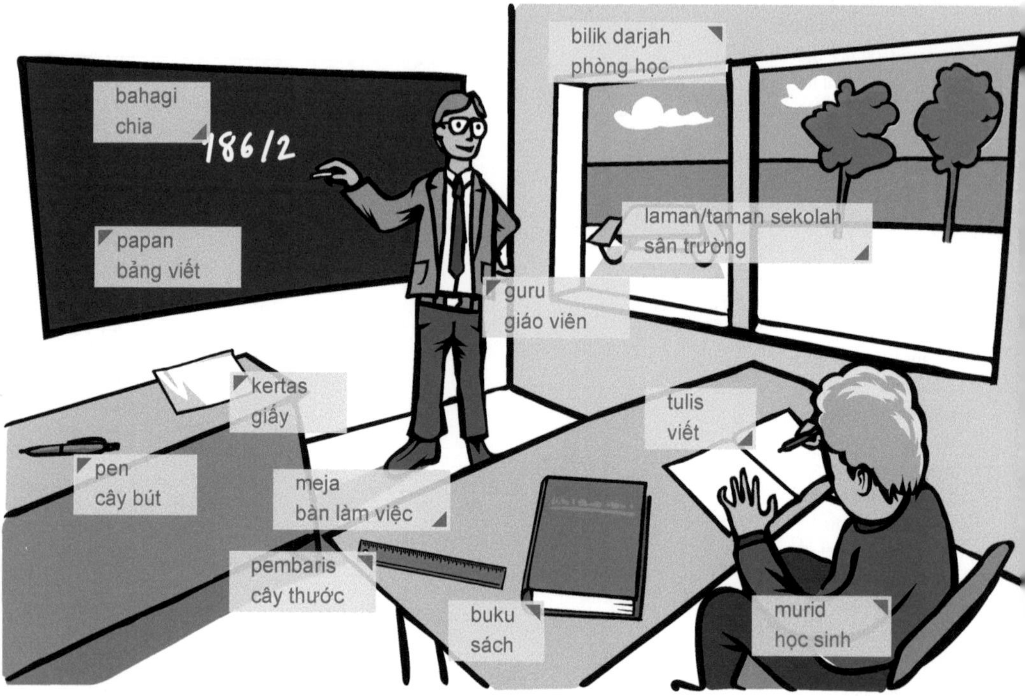

bilik darjah
phòng học
bahagi
chia
186/2
papan
bảng viết
laman/taman sekolah
sân trường
guru
giáo viên
kertas
giấy
tulis
viết
pen
cây bút
meja
bàn làm việc
pembaris
cây thước
buku
sách
murid
học sinh

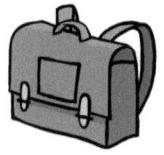

beg galas

cặp đeo vai học sinh

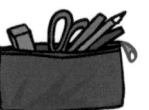

kotak pensel

hộp đựng bút

pensel

bút chì

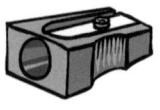

pengasah pensel

cái gọt bút chì

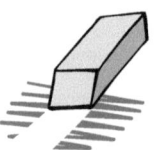

pemadam

cục tẩy

kertas lukisan

tập giấy vẽ

melukis
bản vẽ

berus lukis
cọ vẽ

kotak warna
hộp mực vẽ

gunting
cây kéo

gam
keo dán

buku latihan
sách bài tập

kerja rumah
bài tập ở nhà

12

nombor
số

2+2

tambah
cộng

5-2

tolak
trừ

2×2

darab
nhân

kira
tính toán

A

huruf
chữ cái

ABCDEFG HIJKLMN OPQRSTU VWXYZ

abjad
bảng chữ cái

hello

kata
từ

teks

văn bản

baca

đọc

kapur

phấn viết

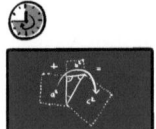

pelajaran

bài học

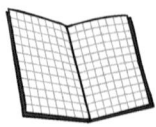

daftar

sổ lớp

peperiksaan

thi kiểm tra

sijil

chứng chỉ

uniform sekolah

đồng phục học sinh

pendidikan

giáo dục

ensiklopedia

từ điển bách khoa

universiti

đại học

mikroskop

kính hiển vi

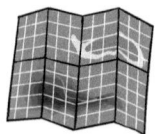

peta

bản đồ

bakul sampah

thùng rác giấy

berjalan
du lịch

hotel
khách sạn
Grand
asrama
nhà trọ
ROOMS
pejabat tukaran mata wang
quầy đổi tiền
beg pakaian
va li
kereta
xe ô tô

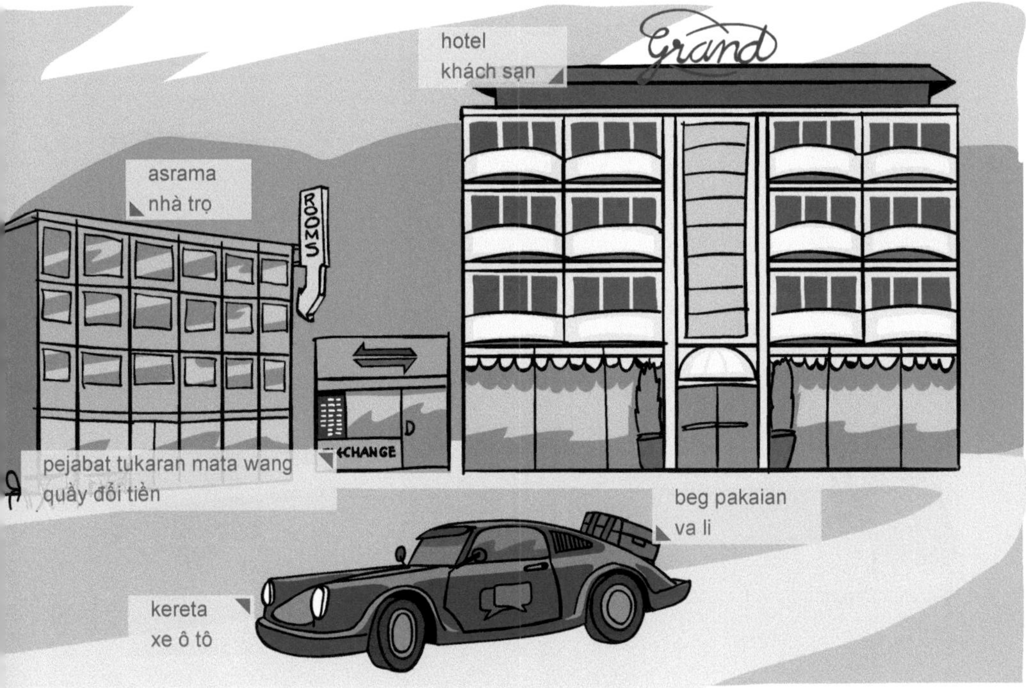

bahasa

ngôn ngữ

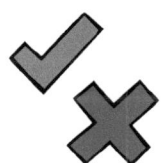

ya / tidak

có / không

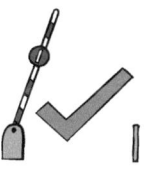

okey

ô kê

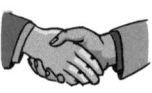

helo

Xin chào

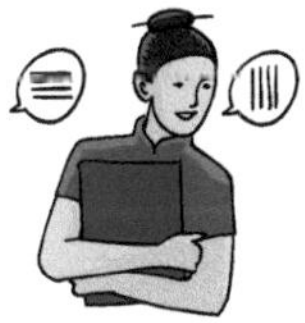

penterjemah

thông dịch viên

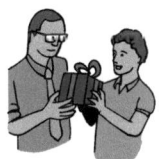

Terima kasih

cám ơn

berapa banyak...?

... bao nhiêu tiều?

saya tidak faham

tôi không hiểu

masalah

vấn đề

Selamat petang!

Xin chào! (buổi tối)

Selamat Pagi!

xin chào! (buổi sáng)

Selamat Malam!

chúc ngủ ngon!

selamat tinggal

tạm biệt

arah

hướng đi

bagasi

hành lý

beg

túi xách

beg galas

túi ba lô

tetamu

khách

bilik tidur

phòng

beg tidur

túi ngủ

khemah

lều

maklumat pelancong

thông tin du lịch

pantai

bãi biển

kad kredit

thẻ tín dụng

sarapan

ăn sáng

makan tengah hari

ăn trưa

makan malam

ăn tối

tiket

vé xe

lif

thang máy

setem

tem bưu điện

sempadan

biên giới

kastam

hải quan

kedutaan

đại sứ quán

visa

thị thực

pasport

hộ chiếu

pengangkutan
vận chuyển

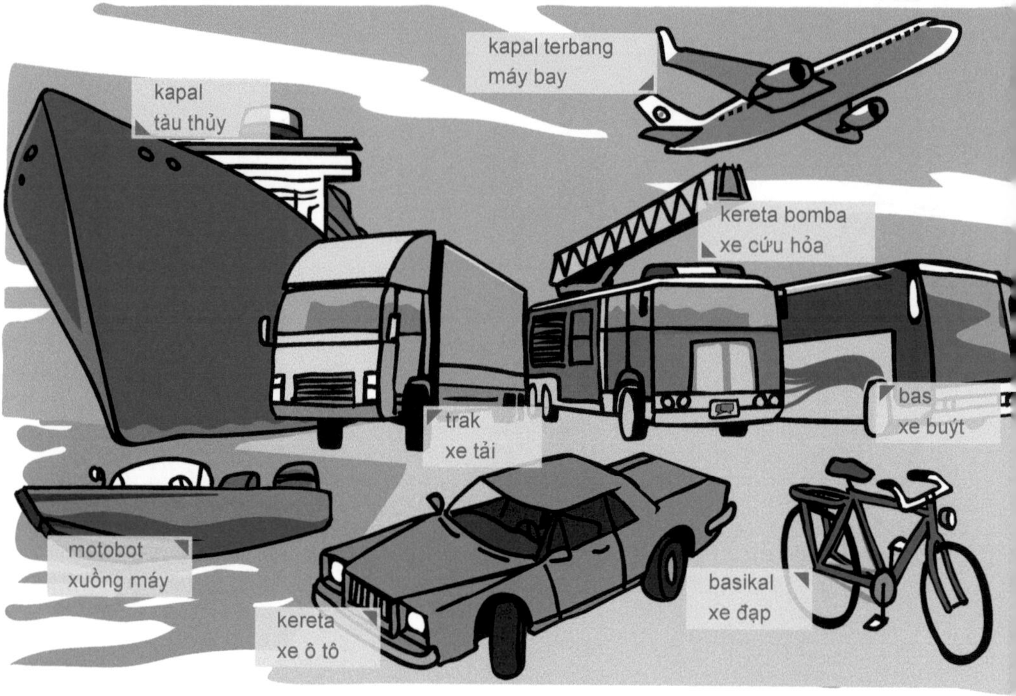
kapal terbang
máy bay
kapal
tàu thủy
kereta bomba
xe cứu hỏa
bas
xe buýt
trak
xe tải
motobot
xuồng máy
basikal
xe đạp
kereta
xe ô tô

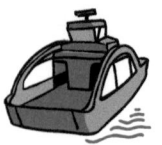

feri

phà

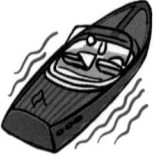

bot

xuồng

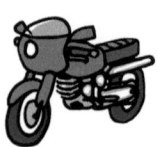

motosikal

xe máy

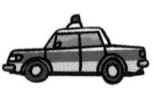

kereta polis

xe cảnh sát

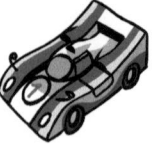

kereta lumba

xe đua

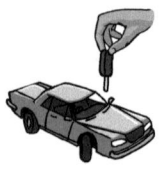

kereta sewa

xe cho thuê

berkongsi kereta

dịch vụ thuê xe tự lái

trak tunda

xe kéo cứu hộ

trak menolak

xe rác

motor

động cơ

bahan api

xăng

stesen minyak

trạm xăng

tanda trafik

biển báo giao thông

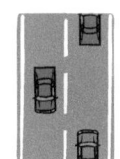

trafik

giao thông

kesesakan lalu lintas

ách tắc giao thông

tempat parkir

bãi đậu xe

stesen kereta api

nhà ga

trek

đường ray

kereta api

xe lửa

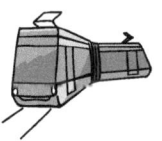

trem

tàu điện

gerabak

toa xe

helikopter

máy bay trực thăng

lapangan terbang

sân bay

Menara

tháp

penumpang

hành khách

bekas

côngtenơ

kadbod

thùng các-tông

kart

xe đẩy

bakul

cái giỏ

berlepas / mendarat

cất cánh / hạ cánh

bandar
thành phố

kampung

làng

pusat bandar

trung tâm thành phố

rumah

nhà

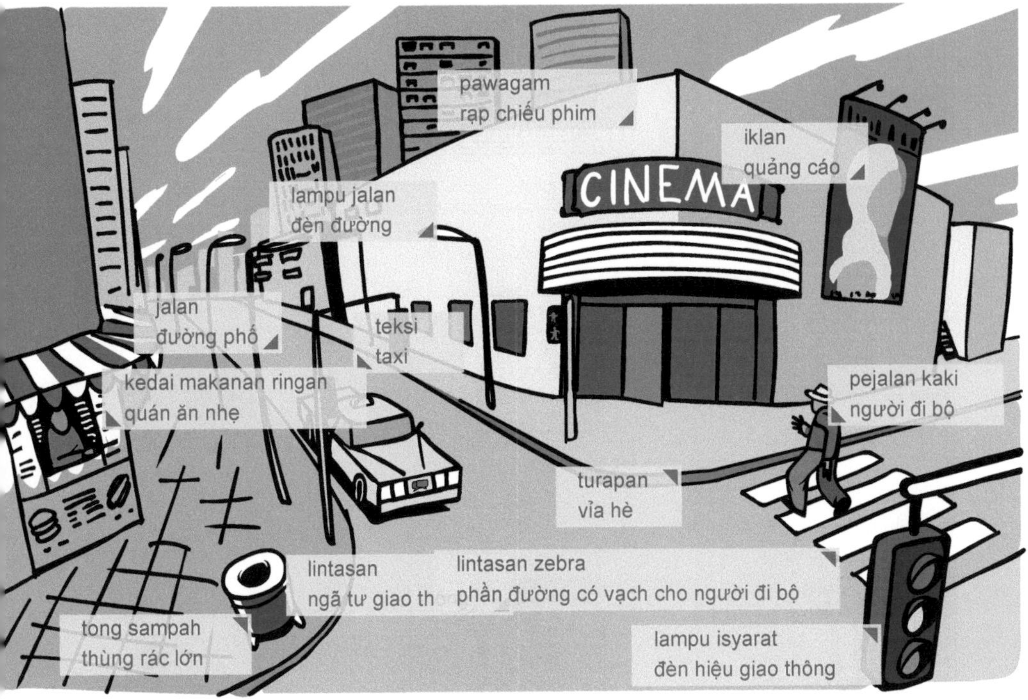

pawagam
rạp chiếu phim
iklan
quảng cáo
CINEMA
lampu jalan
đèn đường
jalan
đường phố
teksi
taxi
kedai makanan ringan
quán ăn nhẹ
pejalan kaki
người đi bộ
turapan
vỉa hè
lintasan
ngã tư giao th
lintasan zebra
phần đường có vạch cho người đi bộ
tong sampah
thùng rác lớn
lampu isyarat
đèn hiệu giao thông

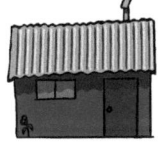

pondok

nhà chòi

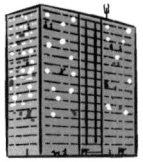

flat

căn hộ

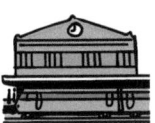

stesen kereta api

nhà ga

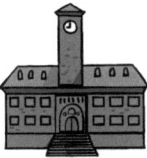

dewan bandar

tòa thị chính

MUSEUM

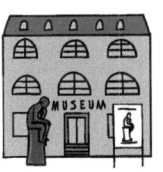

muzium

viện bảo tàng

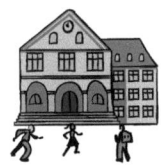

sekolah

trường học

universiti

đại học

bank

ngân hàng

hospital

bệnh viện

hotel

khách sạn

farmasi

hiệu thuốc

pejabat

văn phòng

kedai buku

hiệu sách

kedai

cửa hiệu

kedai bunga

cửa hiệu bán hoa

pasar raya

siêu thị

pasaran

chợ

gedung

cửa hàng bách hóa

penjual ikan

người bán cá

pusat membeli-belah

trung tâm mua bán

pelabuhan

bến cảng

taman

công viên

bangku

ghế băng

jambatan

cầu

tangga

cầu thang

bawah tanah

tàu điện ngầm

terowong

đường hầm

hentian bas

trạm xe buýt

bar

quán bar

restoran

khách sạn

peti surat

hòm thư công cộng

papan tanda jalan

bảng hiệu đường

meter parkir

đồng hồ đậu xe

zoo

vườn bách thú

kolam renang

bể bơi

masjid

nhà thờ Hồi giáo

ladang
....
nông trại

pencemaran
....
ô nhiễm môi trường

tanah perkuburan
....
nghĩa trang

gereja
....
nhà thờ

taman permainan
....
sân chơi

kuil
....
ngôi đền

landskap
phong cảnh

daun
lá cây

tiang tanda
bảng chỉ đường

jalan
lối đi

padang rumput
bãi cỏ

batu
hòn đá

pejalan kaki
người đi bộ đường dài

pokok
cây

sungai
sông

rumput
cỏ

bunga
bông hoa

lembah

thung lũng

bukit

đồi

tasik

hồ nước

hutan

rừng

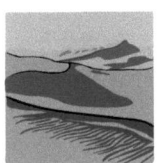

padang pasir

sa mạc

gunung berapi

núi lửa

istana

lâu đài

pelangi

cầu vồng

cendawan

nấm

pokok kelapa sawit

cây cọ

nyamuk

con muỗi

terbang

con ruồi

semut

con kiến

lebah

con ong

labah-labah

con nhện

kumbang

bọ cánh cứng

katak

con ếch

tupai

con sóc

landak

con nhím

arnab

con thỏ

burung hantu

con cú

burung

con chim

angsa

thiên nga

babi jantan

heo rừng

rusa

con hươu

moose

nai sừng tấm

empangan

đê

turbin angin

tuabin gió

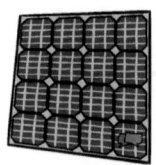

panel solar

tấm năng lượng mặt trời

iklim

khí hậu

restoran
khách sạn

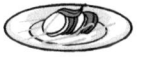

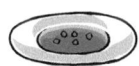

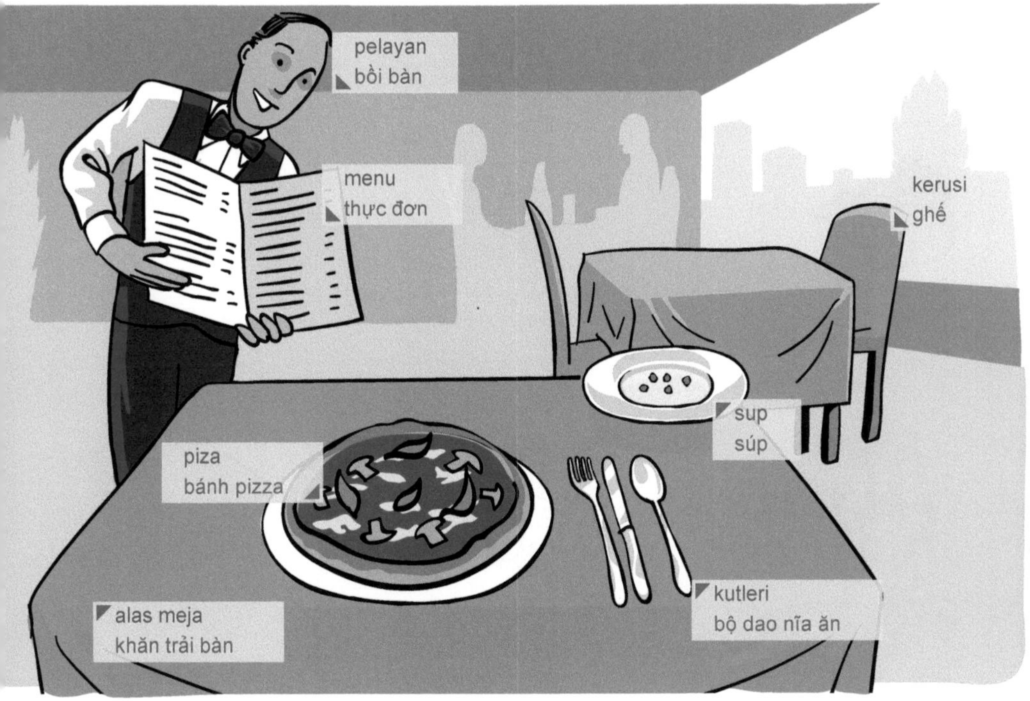
pelayan
bồi bàn
menu
thực đơn
kerusi
ghế
sup
súp
piza
bánh pizza
kutleri
bộ dao nĩa ăn
alas meja
khăn trải bàn

pemula

món ăn khai vị

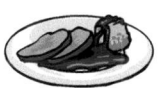

hidangan utama

món ăn chính

pencuci mulut

món tráng miệng

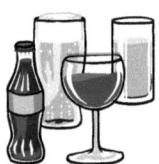

minuman

thức uống

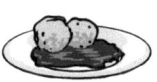

makanan

thức ăn

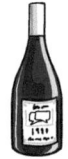

botol

cái chai

makanan segera

thức ăn nhanh

makanan jalanan

thức ăn đường phố

teko

ấm trà

mangkuk gula

hộp đường

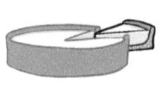

bahagian

khẩu phần

mesin espreso

máy pha espresso

kerusi tinggi

ghế cao

bil

hóa đơn

dulang

khay

pisau

dao

garfu

nĩa

sudu

thìa

sudu teh

thìa uống trà

serviette

khăn ăn

gelas

cốc thủy tinh

restoran - khách sạn

pinggan

đĩa

mangkuk sup

đĩa súp

piring

đĩa lót cốc

sos

nước sốt

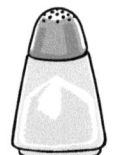

tempat garam

lọ muối

pengisar lada

cái xay tiêu

cuka

giấm

minyak

dầu

rempah

gia vị

sos

nước xốt cà chua

mustard

tương hạt cải

mayones

nước sốt mayonnaise

pasar raya
siêu thị

tawaran istimewa
chào giá đặc biệt
FOR
pelanggan
khách hàng
tenusu
sản phẩm từ sữa
buah-buahan
trái cây
troli
xe đẩy mua sắm

BUTCHERS

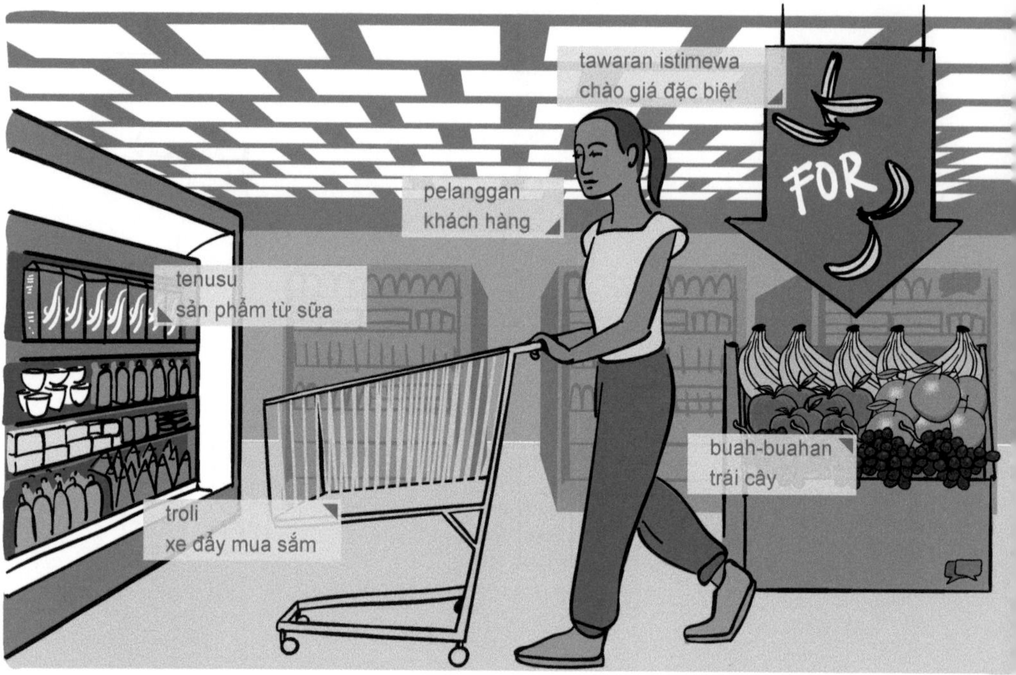

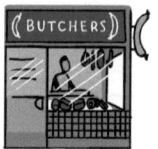

tukang daging
lò mổ

BAKERY

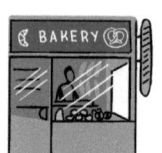

kedai roti
cửa hiệu bán bánh mì

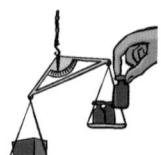

berat
cân nặng

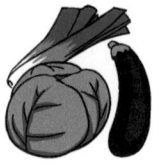

sayur-sayuran
rau quả

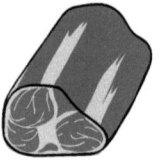

daging
thịt

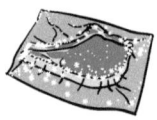

makanan sejuk beku
thức ăn đông lạnh

daging sejuk

lát thịt nguội

makanan dalam tin

đồ hộp

serbuk pencuci

bột giặt

gula-gula

đồ ngọt

produk isi rumah

sản phẩm dùng trong gia đình

produk pembersihan

chất tẩy rửa

orang jualan

người bán hàng

daftar tunai

quầy trả tiền

juruwang

nhân viên thu ngân

senarai membeli-belah

danh sách mua sắm

waktu pembukaan

giờ mở cửa

beg duit

ví tiền

kad kredit

thẻ tín dụng

beg

túi đeo

beg plastik

túi ny lông

air

nước

jus

nước quả ép

susu

sữa

kola

coca-cola

wain

rượu vang

bir

bia

alkohol

cồn

koko

cacao

the

trà

kopi

cà phê

espreso

espresso

kapucino

cappuccino

pisang

chuối

epal

quả táo

oren

quả cam

tembikai

dưa hấu

lemon

chanh

lobak merah

cà rốt

bawang putih

tỏi

buluh

tre

bawang

củ hành

cendawan

nấm

kacang

hạt dẻ

mi

mì

spageti

mì spaghetti

nasi

cơm

salad

xà lách

kerepek

khoai tây chiên

kentang goreng

khoai tây chiên

piza

bánh pizza

hamburger

bánh hamburger

sandwic

bánh mì sandwich

kutlet

thịt côtlet

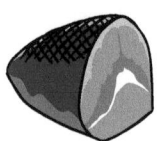

ham

thịt giăm bông

salami

xúc xích

sosej

dồi

ayam

gà

panggang

rán

ikan

cá

bubur oat

cháo yến mạch

muesli

cháo muesli

emping jagung

bánh bột ngô nướng

tepung

bột mì

kroisan

bánh sừng bò

roti roll

bánh mì

roti

bánh mì

roti bakar

bánh mì nướng

biskut

bánh bích quy

mentega

bơ

dadih

sữa đông

kek

bánh ngọt

telur

trứng

telur goreng

trứng rán

keju

pho mát

ais krim

kem

gula

đường

madu

mật ong

jem

mứt

krim nougat

kem nougat

kari

cà ri

makanan - thức ăn

ladang
nông trại

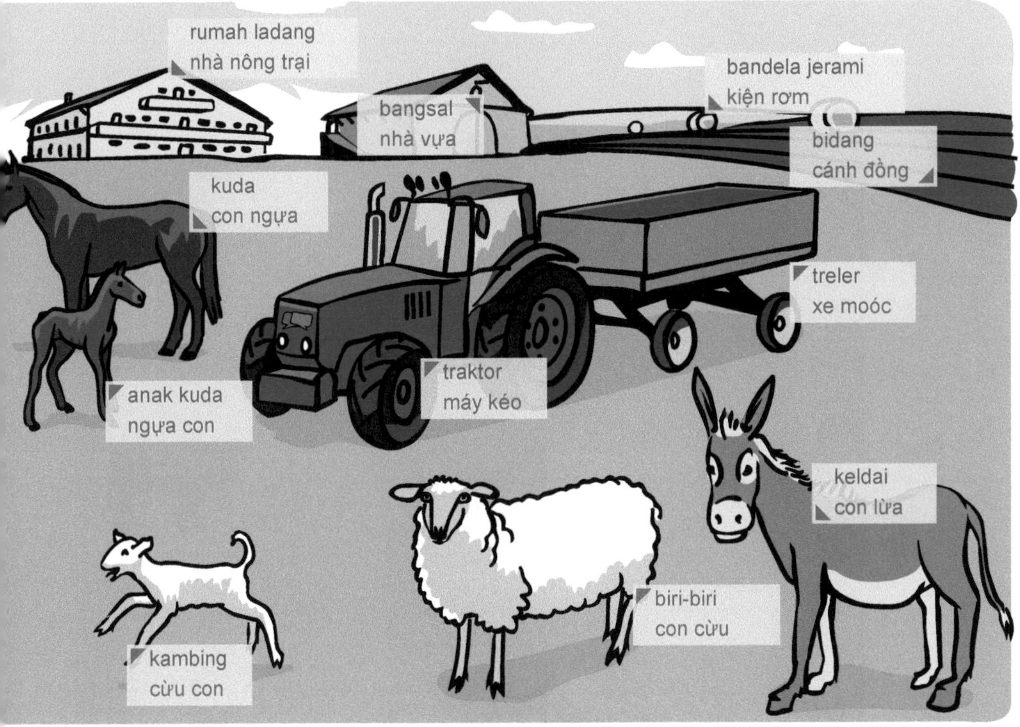
rumah ladang
nhà nông trại
bangsal
nhà vựa
bandela jerami
kiện rơm
bidang
cánh đồng
kuda
con ngựa
treler
xe moóc
traktor
máy kéo
anak kuda
ngựa con
keldai
con lừa
biri-biri
con cừu
kambing
cừu con

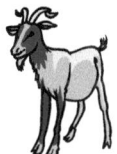

kambing
con dê

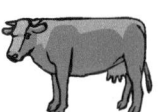

lembu
con bò

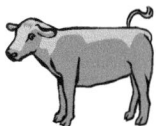

anak lembu
con bê

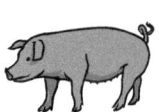

babi
con lợn

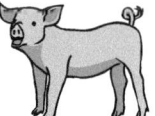

anak babi
lợn con

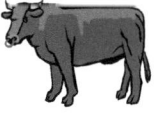

lembu
bò đực

angsa

con ngỗng

itik

con vịt

anak ayam

gà con

ayam betina

gà mái

ayam jantan muda

gà trống

tikus

con chuột

kucing

mèo

tikus

chuột nhắt

lembu jantan

bò đực

anjing

con chó

rumah anjing

nhà chuồng chó

hos taman

ống tưới vườn cây

bekas siraman

thùng tưới cây

sabit

lưỡi hái

bajak

cái cày

sabit

cái liềm

cangkul

cái cuốc

serampang peladang

cái chĩa

kapak

cái rìu

kereta sorong

xe cút kít

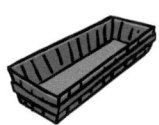

palung

máng ăn

tin susu

lọ sữa

karung

bao tải

pagar

hàng rào

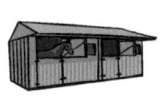

stabil

chuồng

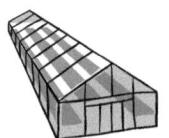

rumah hijau

nhà kính trồng cây

tanah

đất trồng

benih

hạt giống

baja

phân bón

jentuai

máy gặt đập liên hợp

tuai

thu hoạch

menuai

mùa thu hoạch

keladi

khoai lang

gandum

lúa mì

soya

đậu nành

kentang

khoai tây

jagung

ngô

biji sawi

hạt cải dầu

pokok buah-buahan

cây ăn trái

ubi kayu

sắn

bijirin

ngũ cốc

ladang - nông trại

rumah
nhà

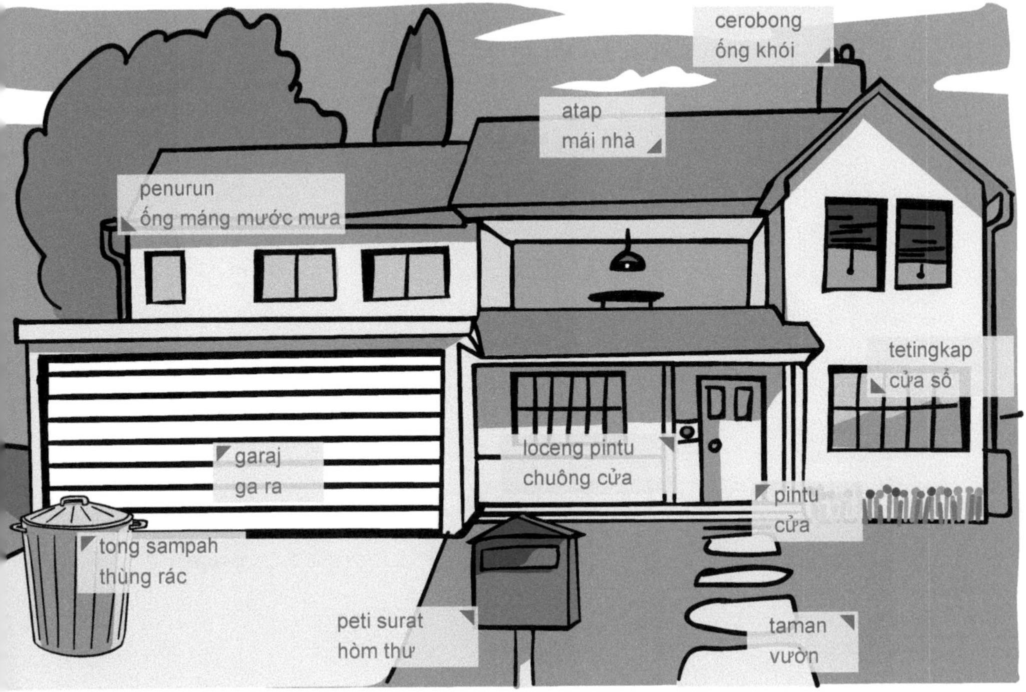
cerobong
ống khói
atap
mái nhà
penurun
ống máng mước mưa
tetingkap
cửa sổ
garaj
ga ra
loceng pintu
chuông cửa
pintu
cửa
tong sampah
thùng rác
peti surat
hòm thư
taman
vườn

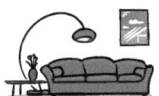

ruang tamu
phòng khách

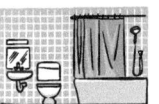

bilik air
phòng tắm

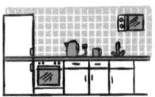

dapur
bếp

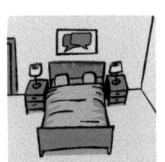

bilik tidur
phòng ngủ

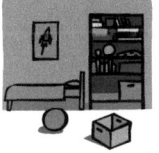

bilik kanak-kanak
phòng trẻ em

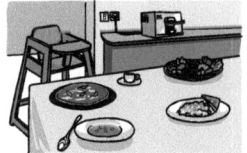

ruang makan
phòng ăn

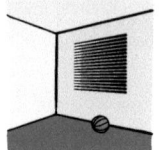

lantai

nền nhà

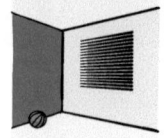

dinding

tường

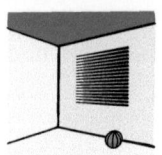

siling

trần nhà

bilik bawah tanah

tầng hầm

sauna

tắm hơi

balkoni

ban công

teres

sân hiên

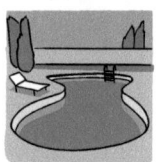

kolam renang

bể bơi

pemotong rumput

máy cắt cỏ

lembaran

khăn trải giường

penutup tilam

khăn trải giường

katil

giường

penyapu

chổi

timba

cái xô

suis

công tắc điện

rumah - nhà

ruang tamu
phòng khách

kertas dinding
giấy dán tường
gambar
hình ảnh
lampu
đèn
rak
cái kệ
kabinet
tủ
televisyen
ti vi
pendiangan
lò sưởi
bunga
bông hoa
kusyen
gối
sofa
ghế sofa
pasu
bình hoa
alat kawalan jauh
điều khiển từ xa

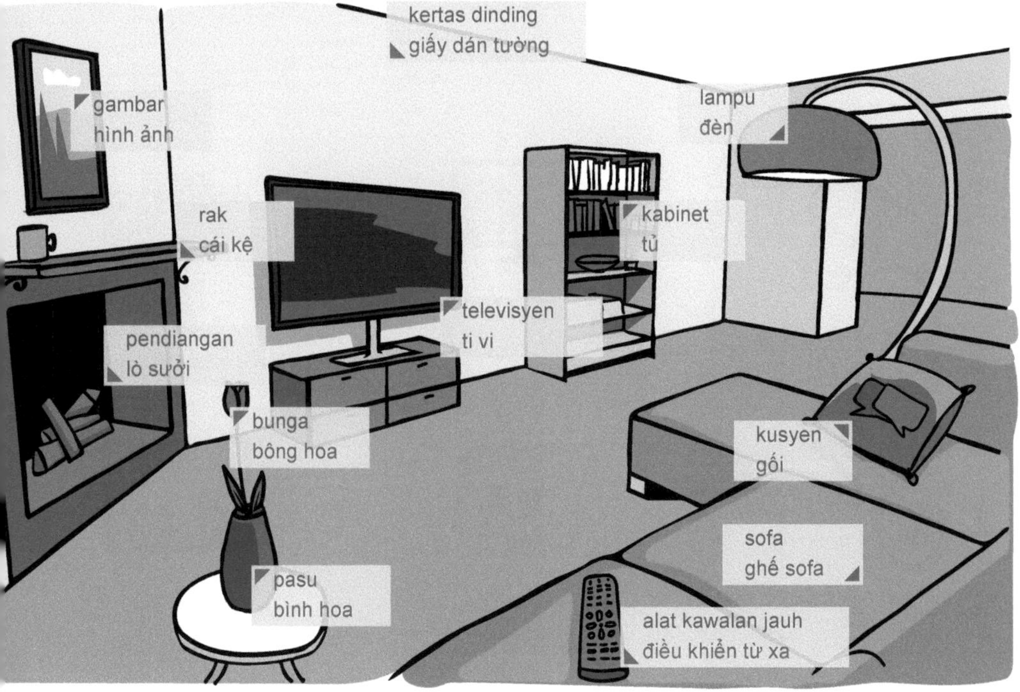

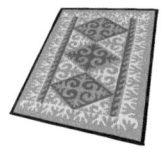

permaidani

thảm

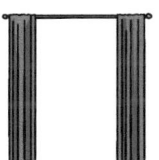

tirai

rèm

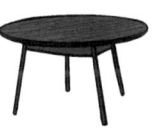

meja

cái bàn

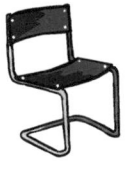

kerusi

ghế

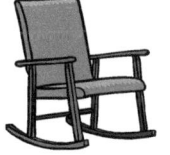

kerusi malas

ghế bập bênh

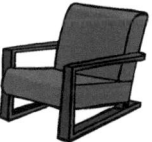

kerusi

ghế bành

buku

sách

selimut

cái chăn

hiasan

đồ trang trí

kayu api

củi

filem

phim

hi-fi

máy hi-fi

kunci

chìa khóa

akhbar

báo

lukisan

bức tranh

poster

áp phích

radio

radio

buku catatan

sổ ghi chép

penyedut habuk

máy hút bụi

kaktus

cây xương rồng

lilin

cây nến

dapur
bếp

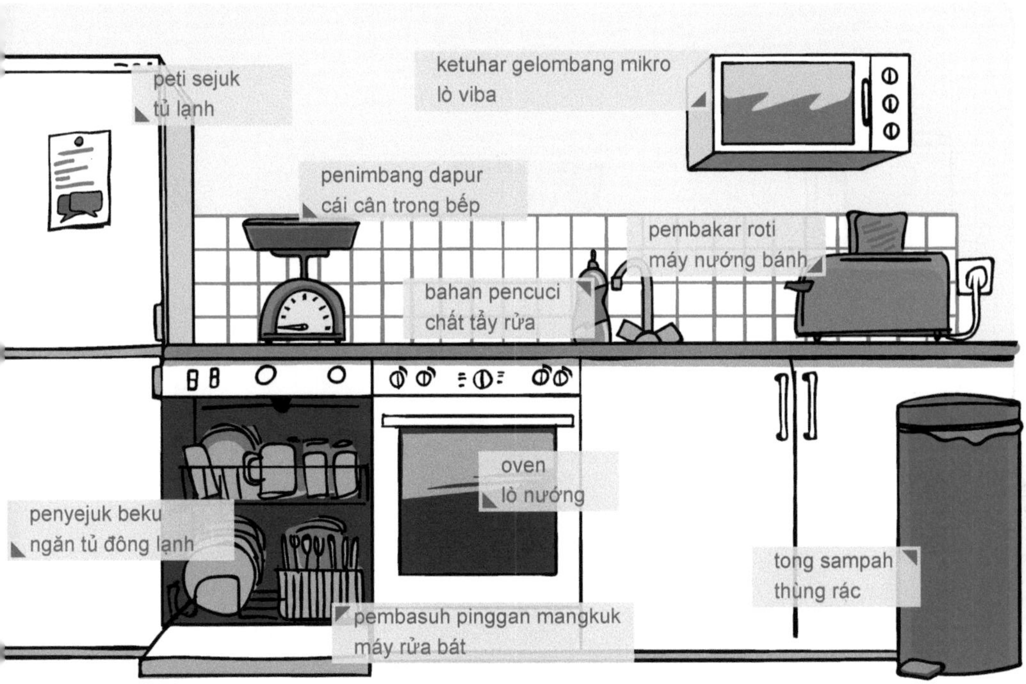
peti sejuk
tủ lạnh
ketuhar gelombang mikro
lò viba
penimbang dapur
cái cân trong bếp
pembakar roti
máy nướng bánh
bahan pencuci
chất tẩy rửa
oven
lò nướng
penyejuk beku
ngăn tủ đông lạnh
tong sampah
thùng rác
pembasuh pinggan mangkuk
máy rửa bát

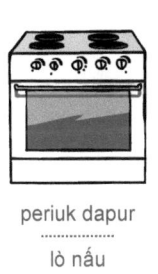

periuk dapur

lò nấu

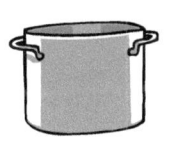

periuk

nồi

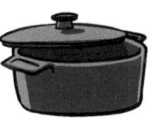

periuk besi

nồi sắt

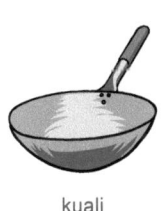

kuali

chảo

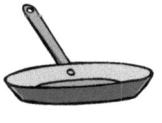

pan

chảo

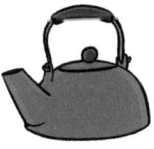

cerek

ấm đun nước

pengukus

nồi đun hơi

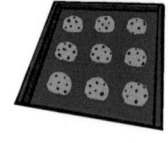

dulang pembakar

khay lò nướng

pinggan mangkuk

bát đĩa

koleh

cốc

mangkuk

cái bát

penyepit

đũa

senduk

cái vá

spatula

bàn xẻng

pengadun

que đánh kem

penapis

rây dùng trong bếp

ayak

cái rây lọc

pemarut

cái nạo

mortar

vữa

barbeku

vỉ nướng

pembakaran terbuka

ngọn lửa trần

papan pencincang

cái thớt

pin golekan

trục cán bột

skru gabus

cái mở nút chai

tin

vỏ đồ hộp

pembuka tin

cái mở vỏ đồ hộp

pemegang periuk

miếng nhấc nồi

sinki

bồn rửa bát

berus

bàn chải

span

miếng xốp

pengisar

máy xay

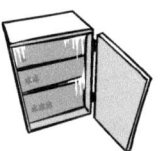

penyejuk beku

tủ đông lạnh

botol bayi

bình sữa cho trẻ sơ sinh

paip

vòi nước

bilik air
phòng tắm

pemanasan
lò sưởi
tuala
khăn lau
mandi
vòi hoa sen
tirai mandi
rèm che ngăn tắm
mandi buih
tắm bọt
tab mandi
bồn tắm
gelas
cốc thủy tinh
mesin basuh
máy giặt
paip
vòi nước
jubin
gạch lát
tandas
cái bô
sinki
bồn rửa bát

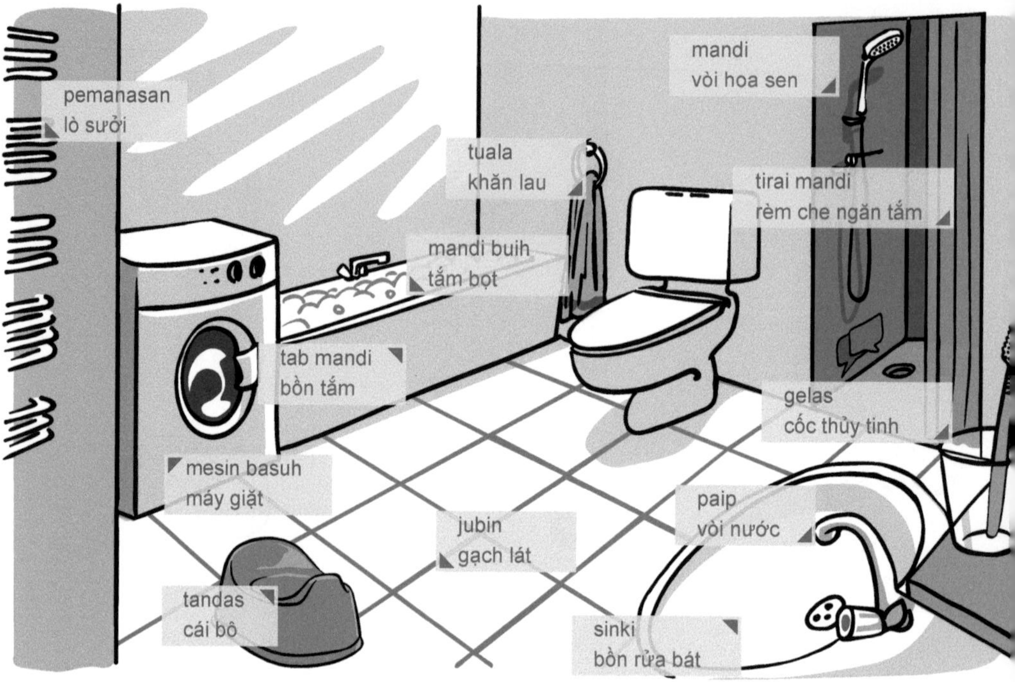

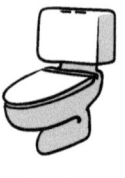

tandas

bồn cầu

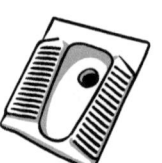

tandas mencangkung

bồn cầu ngồi xổm

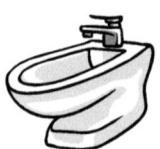

mangkuk tandas

bồn rửa hậu môn

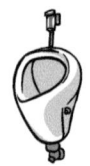

tandas awam

bồn tiểu tiện

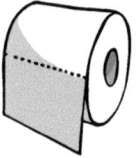

kertas tandas

giấy vệ sinh

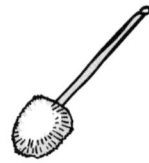

berus tandas

bàn chải cọ bồn cầu

berus gigi

bàn chải đánh răng

ubat gigi

kem đánh răng

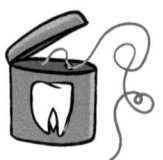

flos gigi

chỉ nha khoa

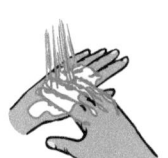

cuci

rửa

mandian tangan

vòi sen cầm tay

pancuran

vòi rửa hậu môn

besen

bồn rửa

belakang berus

bàn chải cọ lưng

sabun

xà phòng

gel mandian

sữa tắm

syampu

dầu gội

flanel

khăn cọ để tắm

longkang

lỗ thoát nước

krim

kem

deodoran

chất khử mùi

cermin

gương

cermin tangan

gương tay

pisau cukur

dao cạo râu

busa cukur

kem cạo râu

selepas cukur

nước thơm dùng sau khi
cạo râu

sikat

cái lược

berus

bàn chải

pengering rambut

máy xấy tóc

semburan rambut

keo xịt tóc

mekap

đồ trang điểm

gincu

thỏi son môi

varnis kuku

sơn bôi móng

bulu kapas

bông

gunting kuku

kéo cắt móng

pewangi

nước hoa

beg basuhan

túi đựng đồ tắm

bangku

ghế đẩu

skala berat

cái cân

jubah mandi

áo choàng tắm

sarung tangan getah

găng tay làm vệ sinh

kapas

nút gạc

tuala wanita

băng vệ sinh

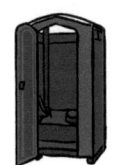

tandas kimia

nhà vệ sinh hóa chất

bilik kanak-kanak

phòng trẻ em

jam loceng
đồng hồ báo thức
mainan kegemaran
thú bông
kereta mainan
xe đồ chơi
kerincing bayi
cái lúc lắc
rumah anak patung
nhà búp bê
hadiah
món quà

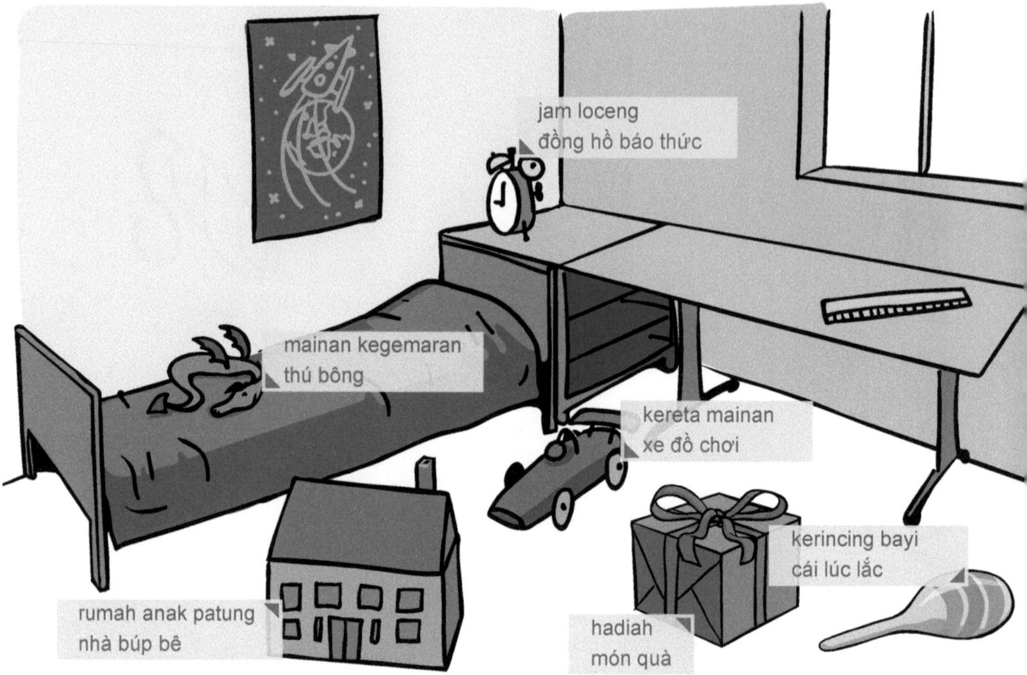

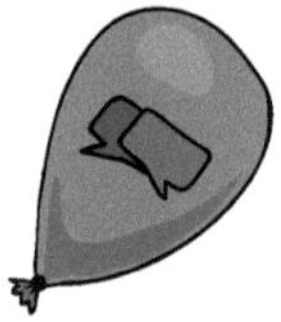

belon

bong bóng

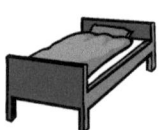

katil

giường

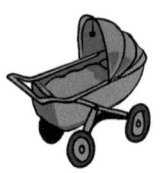

kereta sorong bayi

xe nôi

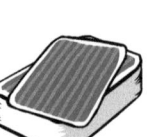

set kad

trò chơi bài

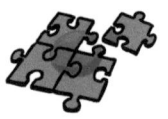

susun suai gambar

trò chơi ghép hình

SUPER
MEGA

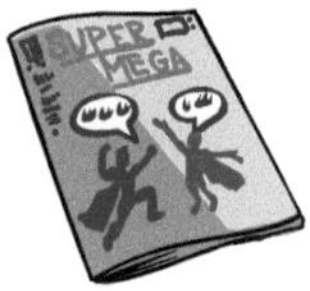

komik

truyện tranh

batu bata lego

gạch Lego

blok mainan

khối xếp hình

figura aksi

nhân vật hành động

baju bayi

liền quần cho trẻ sơ sinh

frisbee

đĩa nhựa để ném

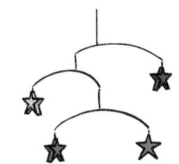

mainan bayi mudah alih

đồ chơi treo trên giường

permainan papan

trò chơi cờ bàn

dadu

xúc xắc

set model kereta api

đồ chơi xe lửa mô hình

palsu

ti giả

parti

buổi tiệc

buku bergambar

sách tranh

bola

quả bóng

anak patung

búp bê

main

chơi

lubang pasir

hố cát

buai

cái đu

mainan

đồ chơi

konsol permainan video

máy chơi game cầm tay

basikal roda tiga

xe ba bánh

anak patung beruang

gấu bông

almari pakaian

tủ quần áo

pakaian
y phục

stoking

bít tất

stoking

bít tất dài

ketat

quần tất

skarf
khăn choàng cổ

payung
ô che mưa

kemeja-t
áp phồng

eselamatan

but
ủng

selipar
dép đi trong nhà

kasut sukan
giày sneaker

sandal
dép xăng đan

kasut
giày

but getah
ủng cao su

seluar dalam
quần lót

coli
áo ngực

ves
áo vest

badan

áo ôm sát cơ thể

Seluar panjang

quần dài

jean

quần bò

skirt

váy

blaus

áo cánh

kemeja

áo sơ mi

baju panas sarung

áo len chui đầu

sweater

áo len

blazer

áo blazer

jaket

áo jacket

kot

áo khoác

baju hujan

áo mưa

kostum

trang phục

pakaian

áo váy

baju pengantin

áo cưới

sut

bộ com lê

baju tidur

áo ngủ

baju tidur

pijama

sari

trang phục sari

skarf kepala

khăn trùm đầu

serban

khăn đội đầu

burqa

áo burka

kaftan

áo captan

abaya/jubah

áo aba

baju renang

quần áo bơi

seluar renang

quần bơi

seluar pendek

quần đùi

sut balapan

quần áo tracksuit

apron

tạp dề

sarung tangan

găng tay

butang

cái cúc

cermin mata

kính mắt

gelang tangan

vòng đeo tay

rantai leher

vòng cổ

cincin

nhẫn

subang

hoa tai

topi

mũ lưỡi trai

penyangkut kot

cái mắc treo áo quần

topi

mũ

tali leher

cà vạt

zip

dây kéo phéc mơ tuya

topi keledar

mũ bảo hiểm

pendakap

dây đeo quần

uniform sekolah

đồng phục học sinh

seragam

đồng phục

lapik dada

yếm trẻ em

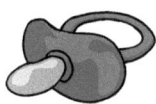

palsu

ti giả

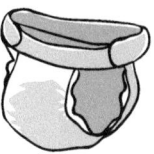

lampin

tã lót

pejabat
văn phòng

pelayan
máy chủ

kabinet fail
tủ hồ sơ

mesin pencetak
máy in

monitor
màn hình

kertas
giấy

tetikus
chuột máy tính

meja
bàn làm việc

folder
thư mục

papan kekunci
bàn phím

bakul sampah
thùng rác giấy

kerusi
ghế

komputer
máy tính

cawan kopi

cốc cà phê

kalkulator

máy tính bỏ túi

internet

internet

komputer riba

laptop

surat

thư

mesej

tin nhắn

mudah alih

điện thoại di động

rangkaian

mạng

mesin fotokopi

máy photocopy

perisian

phần mềm

telefon

điện thoại

soket plag

ổ cắm điện

mesin faks

máy fax

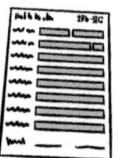

bentuk

mẫu đơn

dokumen

chứng từ

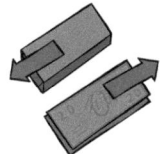

beli

mua

bayar

trả tiền

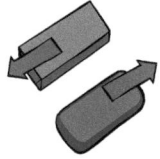

berdagang

buôn bán

wang

tiền

dolar

đô la

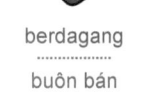

euro

Euro

yen

yên

rubel

rúp

franc swiss

franc Thụy Sĩ

renminbi yuan

nhân dân tệ

rupee

rupi

mata tunai

máy rút tiền tự động

pejabat tukaran mata wang

quầy đổi tiền

emas

vàng

perak

bạc

minyak

dầu

tenaga

năng lượng

harga

giá tiền

kontrak

hợp đồng

cukai

thuế

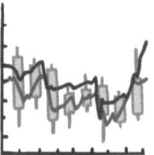

stok

cổ phiếu

kerja

làm việc

pekerja

nhân viên

majikan

chủ lao động

kilang

nhà máy

kedai

cửa hiệu

pekerjaan
nghề nghiệp

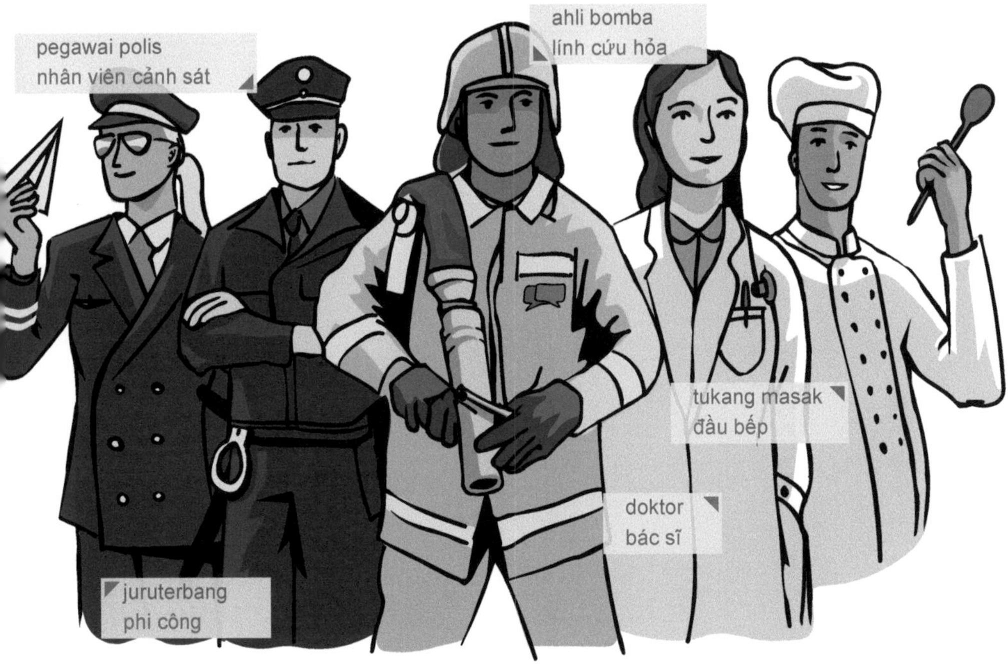

pegawai polis
nhân viên cảnh sát
ahli bomba
lính cứu hỏa
tukang masak
đầu bếp
doktor
bác sĩ
juruterbang
phi công

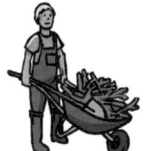

tukang kebun

người làm vườn

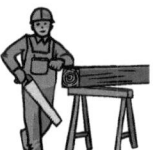

tukang kayu

thợ mộc

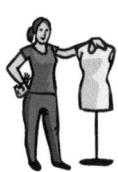

tukang jahit

thợ may

hakim

chánh án

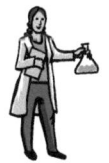

ahli kimia

nhà hóa học

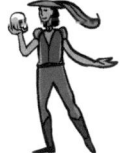

pelakon

diễn viên

pemandu bas

tài xế xe buýt

pemandu teksi

người lái taxi

nelayan

ngư dân

wanita pencuci

người lau dọn vệ sinh

kasau

thợ lợp mái nhà

pelayan

bồi bàn

pemburu

thợ săn

pelukis

họa sĩ

bakeri

thợ làm bánh

juruelektrik

thợ điện

pembangun

thợ xây dựng

jurutera

kỹ sư

penjual daging

người hàng thịt

tukang paip

thợ sửa ống nước

posmen

người đưa thư

askar

người lính

arkitek

kiến trúc sư

juruwang

nhân viên thu ngân

kedai bunga

người bán hoa

pendandan rambut

thợ cắt tóc

konduktor

nhân viên soát vé

mekanik

thợ cơ khí

kapten

thuyền trưởng

doktor gigi

nha sĩ

ahli sains

nhà khoa học

tuhanku

giáo sĩ Do thái

imam

lãnh tụ Hồi giáo

sami

nhà sư

paderi

mục sư

alat

dụng cụ

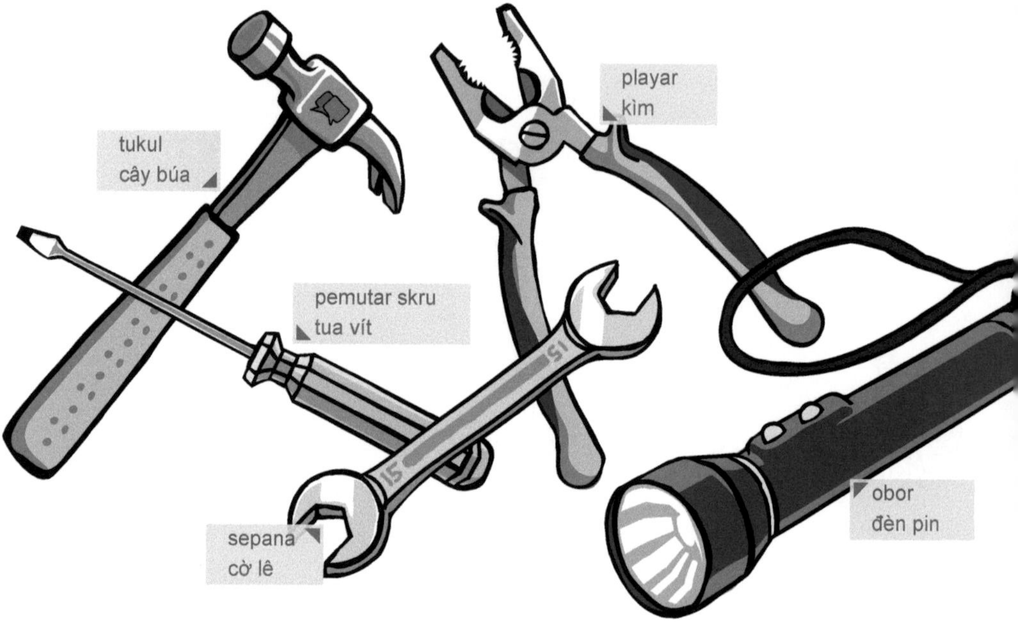
tukul
cây búa
playar
kìm
pemutar skru
tua vít
sepana
cờ lê
obor
đèn pin

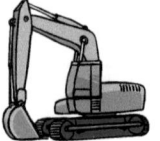

pengorek

máy xúc đất

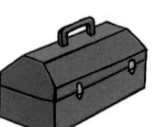

kotak peralatan

hộp dụng cụ

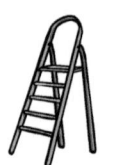

tangga

cái thang

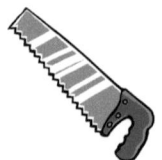

gergaji

cưa

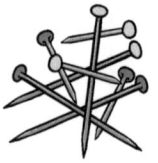

kuku

đinh

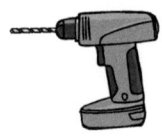

gerudi

máy khoan

baiki

sửa chữa

penyodok

cái xẻng

Celaka!

khốn nạn!

penadah sampah

cái hót rác

periuk cat

thùng sơn

skru

vít

alat muzik
nhạc cụ

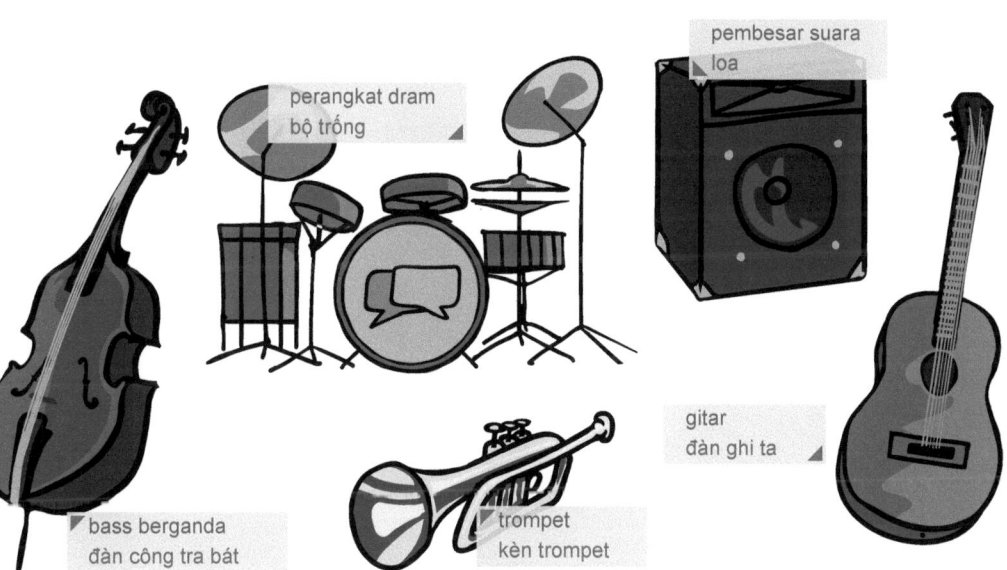

pembesar suara
loa

perangkat dram
bộ trống

gitar
đàn ghi ta

bass berganda
đàn công tra bát

trompet
kèn trompet

piano

đàn piano

biola

đàn vĩ cầm

bass

ghi ta bass

timpani

trống định âm

dram

trống

papan kekunci

đàn organ

saksofon

kèn Saxophone

seruling

sáo

mikrofon

micro

ZOO
vườn bách thú

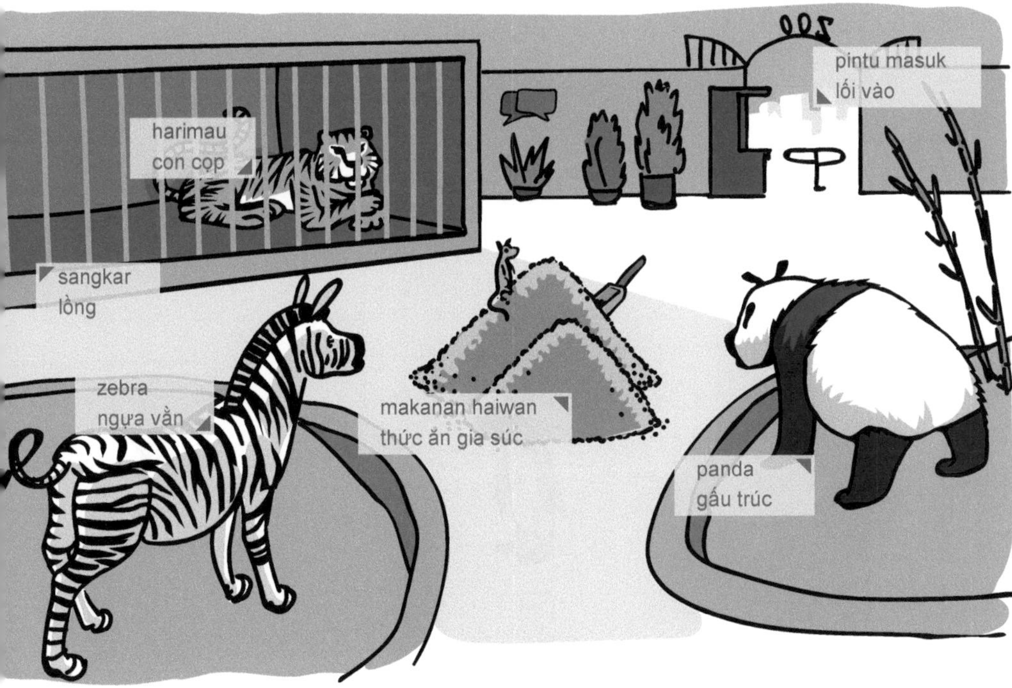

pintu masuk
lối vào
harimau
con cọp
sangkar
lồng
zebra
ngựa vằn
makanan haiwan
thức ăn gia súc
panda
gấu trúc

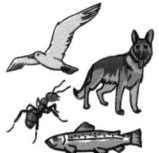

haiwan

động vật

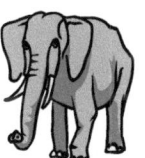

gajah

con voi

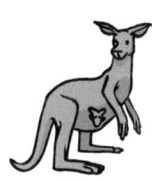

kanggaru

chuột túi

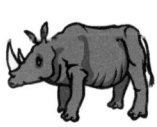

badak sumbu

tê giác

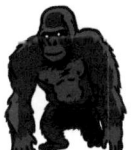

gorila

khỉ đột

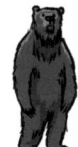

beruang

con gấu

unta

lạc đà

burung unta

đà điểu

singa

sư tử

monyet

con khỉ

flamingo

hồng hạc

nuri

con vẹt

beruang kutub

gấu bắc cực

penguin

chim cánh cụt

yu

cá mập

merak

con công

ular

con rắn

buaya

cá sấu

penjaga zoo

người trông giữ vườn bách
thú

anjing laut

hải cẩu

jaguar

báo đốm

zoo - vườn bách thú

kuda

ngựa lùn

harimau

con báo

badak air

hà mã

zirafah

hươu cao cổ

helang

đại bàng

babi jantan

heo rừng

ikan

cá

penyu

con rùa

anjing laut

hải mã

musang

con cáo

rusa

linh dương

zoo - vườn bách thú

bola sepak Amerika
bóng bầu dục Mỹ

berbasikal
đua xe đạp

tenis
quần vợt

bola keranjang
bóng rổ

renang
bơi

hoki ais
khúc côn cầu trên băng

tinju
đấm bốc

bola sepak
bóng đá

badminton
cầu lông

olahraga
điền kinh

bola baling
bóng ném

ski
trượt tuyết

polo
polo

aktiviti
các hoạt động

ketawa
cười
lompat
nhảy
peluk
ôm
berjalan
đi bộ
menyanyi
ca hát
mimpi
mơ
berdoa
cầu nguyện
cium
hôn

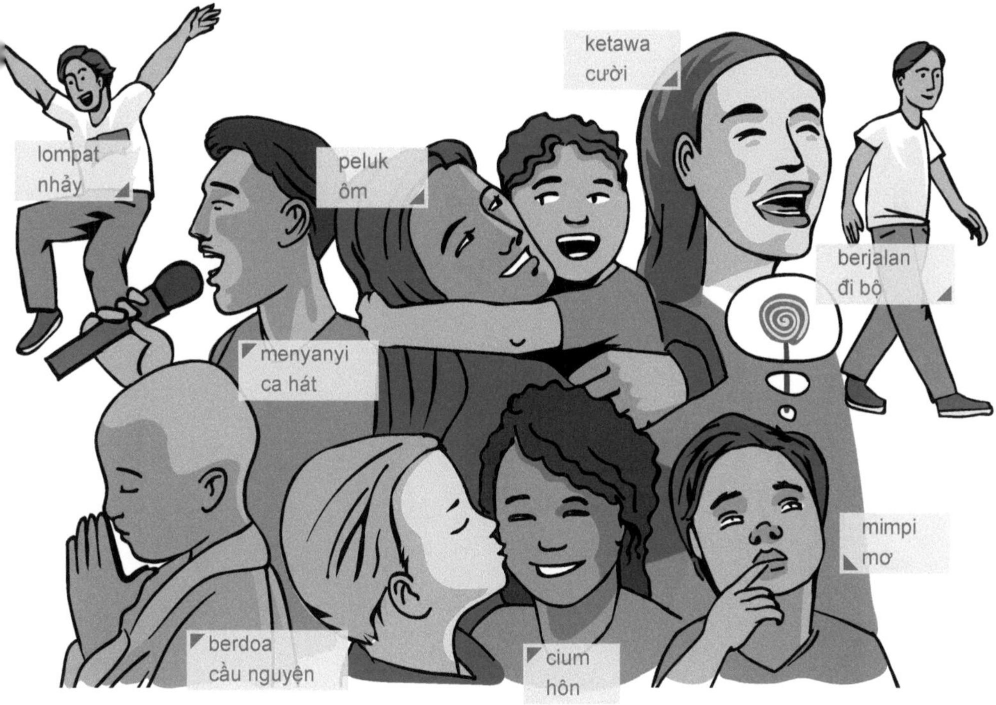

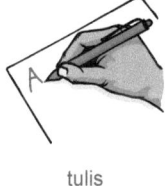

tulis

viết

lukis

vẽ

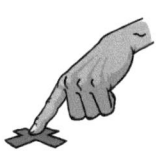

tunjuk

chỉ trỏ

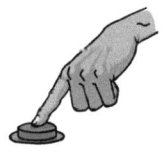

tolak

đẩy

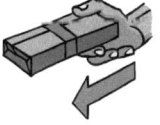

beri

cho

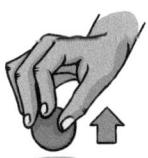

ambil

lấy đi

ada
....
có

buat
....
làm

ialah
....
thì / là

berdiri
....
đứng

lari
....
chạy

tarik
....
kéo

buang
....
ném

jatuh
....
rơi

tipu
....
nằm

tunggu
....
chờ đợi

bawa
....
mang vác

duduk
....
ngồi

pakai
....
mặc quần áo

tidur
....
ngủ

bangkit
....
thức dậy

lihat pada
xem

menangis
khóc

strok
vuốt ve

sikat
chải

cakap
nói chuyện

faham
hiểu

tanya
câu hỏi

dengar
nghe

minum
uống

makan
ăn

mengemas
dọn dẹp

sayang
yêu

masak
nấu nướng

pandu
lái xe

terbang
bay

belayar

đi thuyền buồm

kira

tính toán

baca

đọc

belajar

học

kerja

làm việc

nikah

cưới

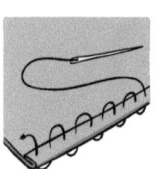

jahit

khâu vá

memberus gigi

đánh răng

bunuh

giết

asap

hút thuốc

hantar

gửi đi

keluarga
gia đình

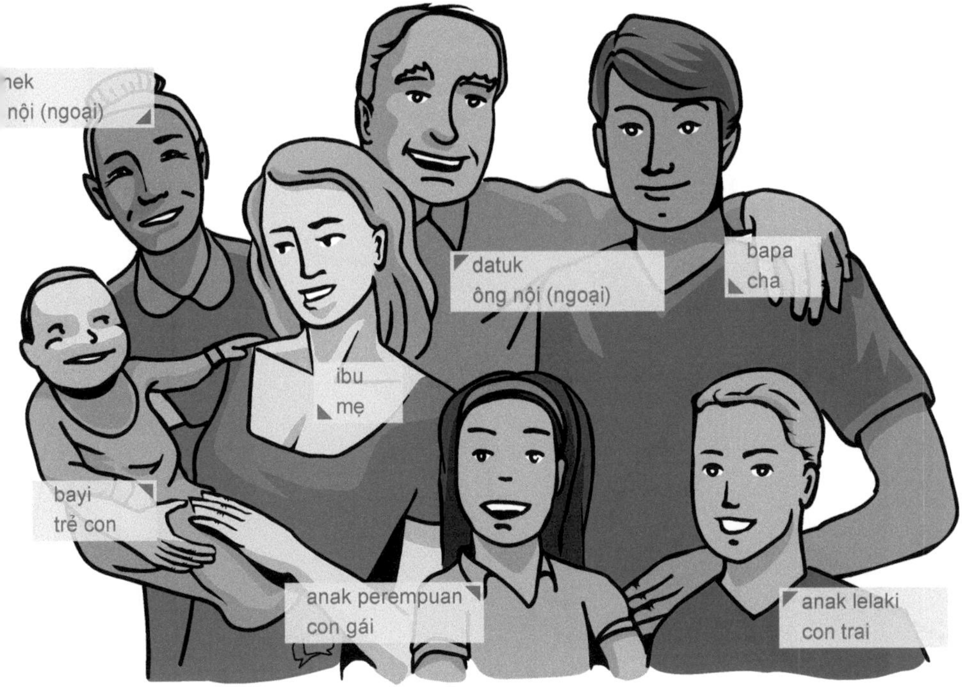

nek
nội (ngoại)
datuk
ông nội (ngoại)
bapa
cha
ibu
mẹ
bayi
trẻ con
anak perempuan
con gái
anak lelaki
con trai

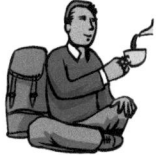

tetamu

khách

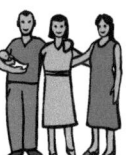

mak cik

cô (dì)

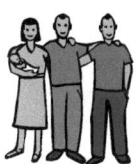

pak cik

chú, bác (cậu)

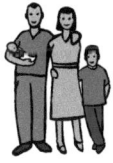

abang

anh (em) trai

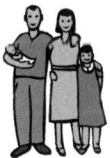

kakak

chị (em) gái

badan

cơ thể

dahi
trán
mata
mắt
muka
mặt
dagu
cằm
dada
ngực
jari
ngón tay
tangan
bàn tay
lengan
cánh tay
bahu
vai
kaki
chân

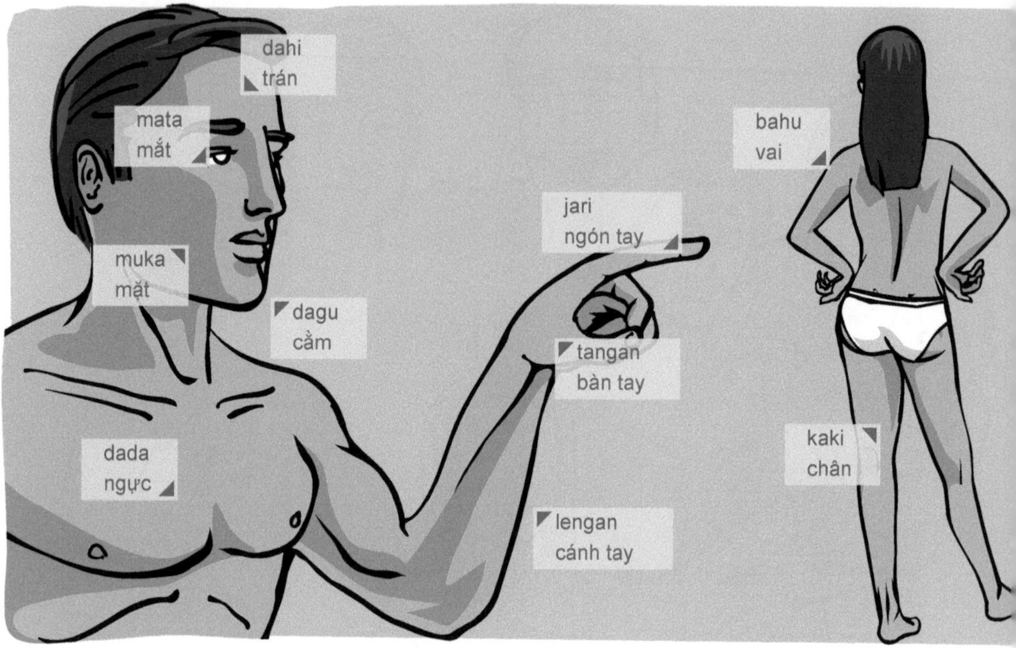

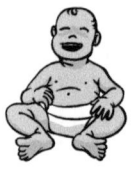

bayi

trẻ con

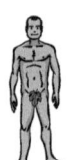

lelaki

đàn ông

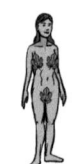

wanita

phụ nữ

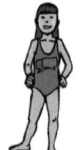

perempuan

bé gái

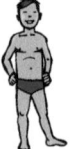

lelaki

bé trai

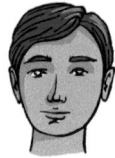

kepala

đầu

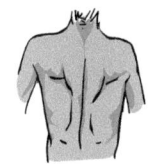

belakang

lưng

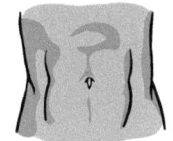

bawah perut

bụng

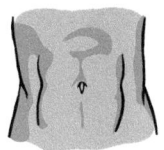

pusat

rốn

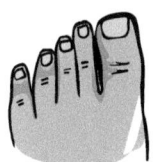

jari kaki

ngón chân

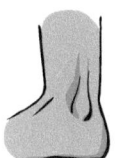

tumit

gót chân

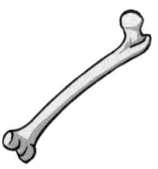

tulang

xương

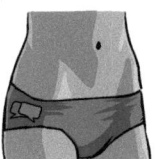

pinggul

hông

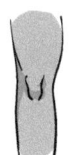

lutut

đầu gối

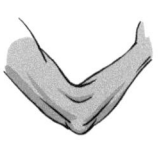

siku

khuỷu tay

hidung

mũi

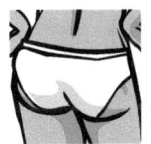

bawah

mông

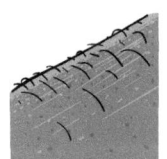

kulit

da

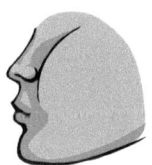

pipi

má

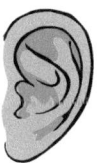

telinga

tai

bibir

môi

badan - cơ thể

mulut

miệng

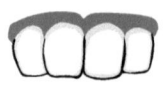

gigi

răng

lidah

lưỡi

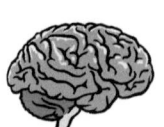

otak

não

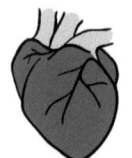

hati

tim

otot

cơ bắp

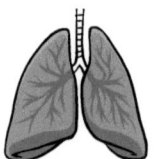

paru-paru

phổi

hati

gan

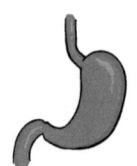

perut

dạ dày

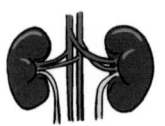

buah pinggang

thận

seks

giao hợp

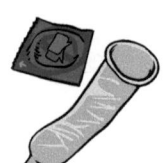

kondom

bao cao su

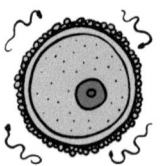

faraj

noãn

mani

tinh dịch

mengandung

mang thai

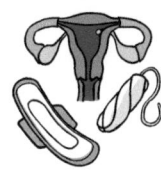
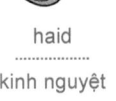

haid

kinh nguyệt

faraj

âm vật

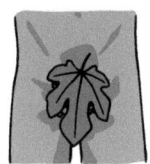

penis

dương vật

kening

lông mày

rambut

tóc

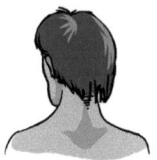

leher

cổ

hospital
bệnh viện

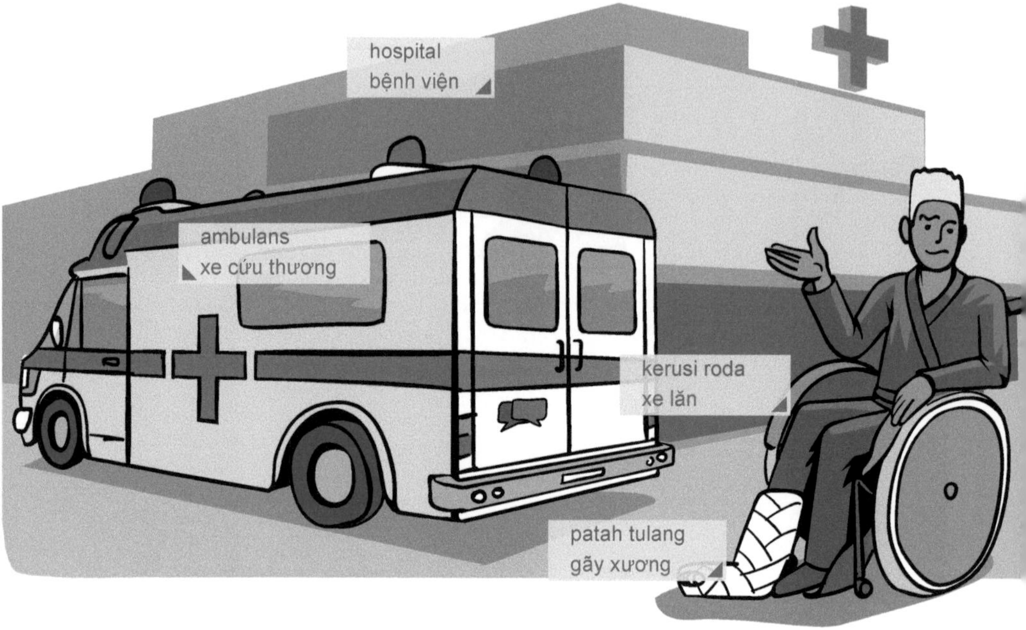

hospital
bệnh viện
ambulans
xe cứu thương
kerusi roda
xe lăn
patah tulang
gãy xương

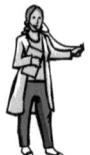

doktor

bác sĩ

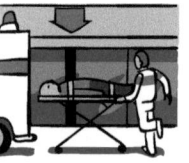

bilik kecemasan

phòng cấp cứu

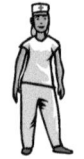

jururawat

y tá

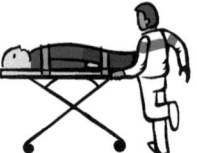

kecemasan

cấp cứu

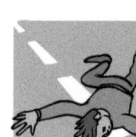

tak sedar

bất tỉnh

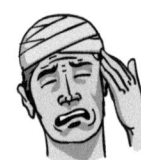

sakit

cơn đau

kecederaan

bị thương

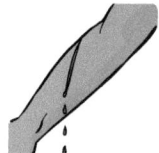

pendarahan

chảy máu

serangan jantung

nhồi máu cơ tim

strok

đột quỵ

alergi

dị ứng

batuk

ho

demam

sốt

selesema

cúm

cirit-birit

tiêu chảy

sakit kepala

đau đầu

kanser

ung thư

diabetes

bệnh tiểu đường

pakar bedah

bác sĩ phẫu thuật

pisau bedah

dao mổ

pembedahan

giải phẫu

CT

chụp cắt lớp

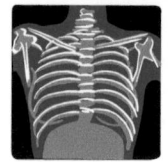

x-ray

chụp x-quang

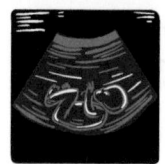

ultrabunyi

siêu âm

topeng muka

mặt nạ

penyakit

bệnh

bilik menunggu

phòng đợi

penongkat

cái nạng

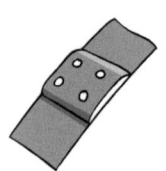

plaster

băng dán vết thương

pembalut

băng bó

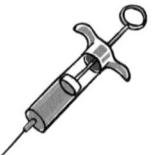

suntikan

tiêm thuốc

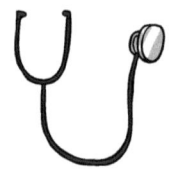

stetoskop

ống nghe khám bệnh

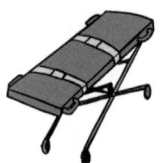

pengusung

băng ca

termometer klinik

nhiệt kế

kelahiran

sinh đẻ

berat badan berlebihan

thừa cân

hospital - bệnh viện

alat pendengaran

máy trợ thính

disinfektan

chất khử trùng

jangkitan

nhiễm trùng

virus

vi rút

HIV / AIDS

HIV / AIDS

perubatan

thuốc

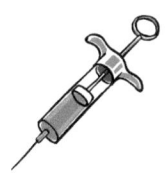

vaksinasi

tiêm chủng

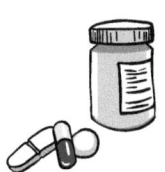

tablet

thuốc viên

pil

viên thuốc

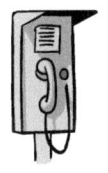

panggilan kecemasan

gọi cấp cứu

pantau tekanan darah

máy đo huyết áp

sakit / sihat

bệnh / khỏe mạnh

Tolong!

cứu!

penggera

báo động

serang

cuộc đột kích

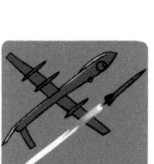

serangan

sự tấn công

bahaya

mối nguy hiểm

pintu kecemasan

lối thoát hiểm

Api!

cháy!

alat pemadam api

bình chữa cháy

kemalangan

tai nạn

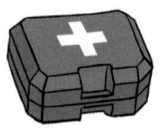

alat pertolongan cemas

bộ dụng cụ sơ cứu

SOS

SOS

polis

cảnh sát

Eropah

châu Âu

Amerika Utara

Bắc Mỹ

Amerika Selatan

Nam Mỹ

Afrika

châu Phi

Asia

châu Á

Australia

châu Úc

Atlantic

Đại Tây Dương

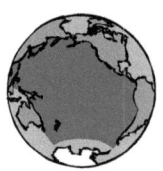

Pasifik

Thái Bình Dương

Lautan Hindi

Ấn Độ Dương

Lautan Antartik

Nam Cực Dương

Lautan Artik

Bắc Băng Dương

Kutub utara

bắc cực

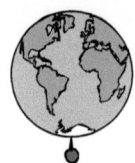

Kutub Selatan

nam cực

Antartika

nam cực

bumi

trái đất

tanah

đất liền

laut

biển

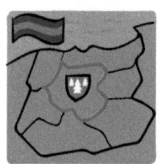

pulau

đảo

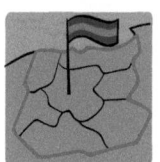

negara

quốc gia

negeri

nhà nước

muka jam

mặt đồng hồ

tangan jam

kim chỉ giờ

tangan minit

kim chỉ phút

terpakai

kim chỉ giây

Jam berapa sekarang

Bây giờ là mấy giờ?

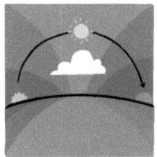

hari

ngày

masa

thời gian

sekarang

bây giờ

jam digital

đồng hồ điện tử

minit

phút

jam

giờ

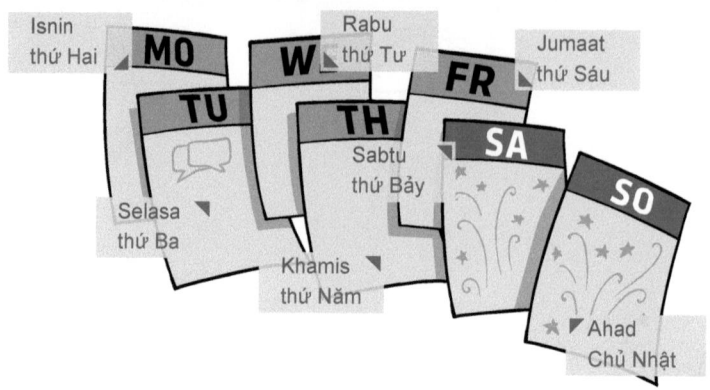

Isnin
thứ Hai

Rabu
thứ Tư

Jumaat
thứ Sáu

Selasa
thứ Ba

Sabtu
thứ Bảy

Khamis
thứ Năm

Ahad
Chủ Nhật

semalam

hôm qua

hari ini

hôm nay

esok

ngày mai

pagi

buổi sáng

tengah hari

buổi trưa

petang

buổi tối

hari kerja

ngày làm việc

hari minggu

cuối tuần

tahun
năm

hujan
mưa
pelangi
cầu vồng
angin
gió
salji
tuyết
musim bunga
mùa xuân
musim panas
mùa hè
musim luruh
mùa thu
musim salji
mùa đông

4.APRIL 11°
5.APRIL 4°
6.APRIL 13°
7.APRIL 8°
8.APRIL 10°

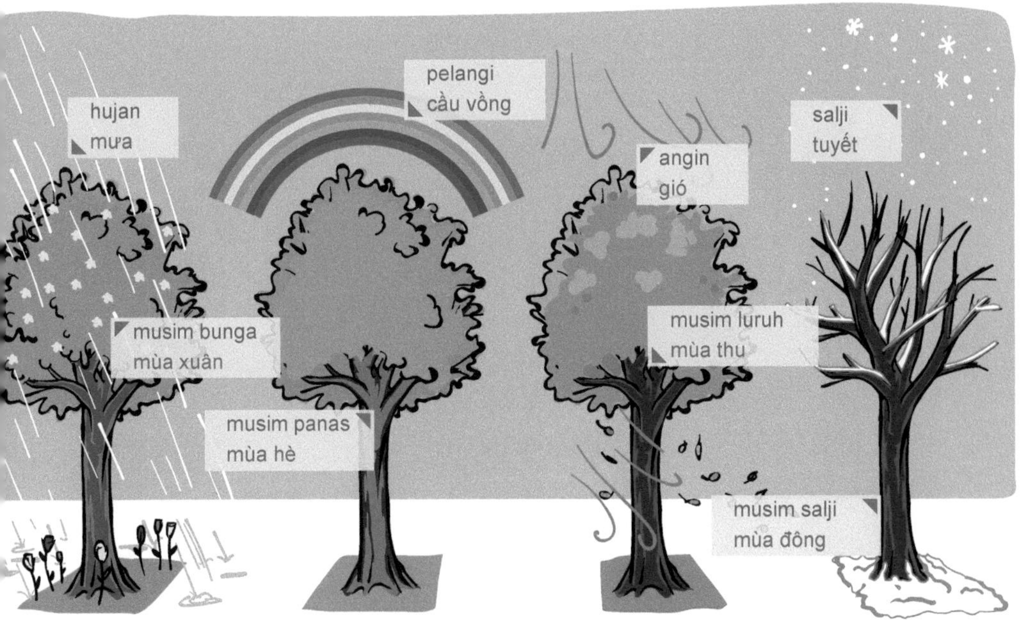

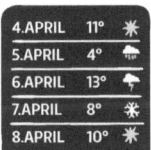

ramalan cuaca

dự báo thời tiết

F
C
120
90
60
30
0
-30
40
30
20
10
0
-10
-20

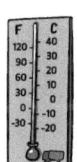

termometer

nhiệt kế

sinar matahari

ánh nắng

awan

mây

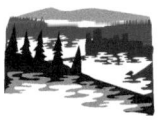

kabus

sương mù

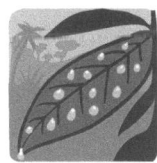

lembapan

độ ẩm không khí

kilat

tia chớp

petir

sấm sét

ribut

cơn bão

hujan batu

mưa đá

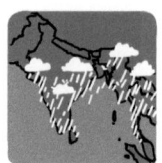

monsun

gió mùa

banjir

lũ lụt

ais

nước đá

Januari

tháng Một

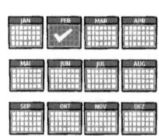

Februari

tháng Hai

Mac

tháng Ba

April

tháng Tư

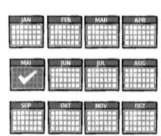

Mei

tháng Năm

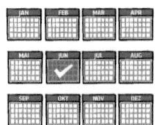

Jun

tháng Sáu

Julai

tháng Bảy

Ogos

tháng Tám

tahun - năm

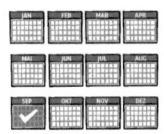

September
tháng Chín

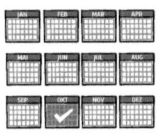

Oktober
tháng Mười

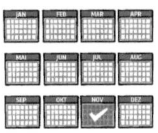

November
tháng Mười Một

Disember
tháng Mười Hai

bentuk
hình dạng

bulatan
hình tròn

petak
hình vuông

segi empat tepat
hình chữ nhật

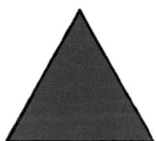

segitiga
hình tam giác

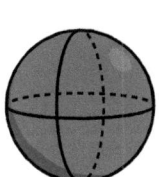

sfera
hình cầu

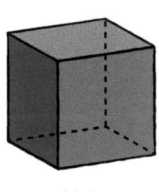

kiub
khối vuông

putih

màu trắng

kuning

màu vàng

oren

màu cam

merah jambu

màu hồng

merah

màu đỏ

ungu

màu tím

biru

màu xanh dương

hijau

màu xanh lá cây

coklat

màu nâu

kelabu

màu xám

hitam

màu đen

banyak / sedikit

nhiều / ít

marah / tenang

tức tối / điềm tĩnh

cantik / hodoh

xinh đẹp / xấu xí

bermula / tamat

bắt đầu / kết thúc

besar kecil

to / nhỏ

terang / gelap

sáng / tối

abang / kakak

nh (em) trai / chị (em) gái

bersih / kotor

sạch / bẩn

lengkap / tidak lengkap

đủ / thiếu

hari / malam

ngày / đêm

mati / hidup

chết / sống

luas / sempit

rộng / chật hẹp

boleh dimakan / tidak boleh
dimakan

ăn được / không ăn được

jahat / baik

ác / tử tế

teruja / bosan

hào hứng / chán nản

gemuk / kurus

béo / gầy

pertama / terakhir

đầu tiên / cuối cùng

kawan / musuh

bạn / thù

penuh / kosong

đầy / rỗng

keras / lembut

cứng / mềm

berat / ringan

nặng / nhẹ

lapar / dahaga

đói / khát

sakit / sihat

bệnh / khỏe mạnh

menyalahi undang-undang /
undang-undang

bất hợp pháp / hợp pháp

pintar / bodoh

thông minh / ngu

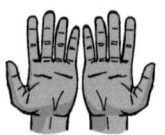

kiri / kanan

trái / phải

dekat / jauh

gần / xa

baru / lama
mới / cũ

tiada / sesuatu
không có gì cả / có cái gì đó

tua / muda
già / trẻ

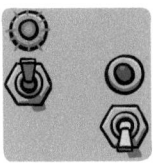

hidup / mati
bật / tắc

terbuka / tertutup
mở / đóng

diam / bising
im lặng / ồn ào

kaya / miskin
giàu / nghèo

betul / salah
đúng / sai

kasar / halus
sần sùi / mịn màng

sedih / gembira
buồn / vui

pendek / panjang
ngắn / dài

lambat / laju
chậm / nhanh

basah / kering
ẩm ướt / khô ráo

panas / sejuk
ấm áp / mát mẻ

berperang / berdamai
chiến tranh / hòa bình

berlawanan - đối lập

0

sifar

số không

1

satu

một

2

dua

hai

3

tiga

ba

4

empat

bốn

5

lima

năm

6

enam

sáu

7

tujuh

bảy

8

lapan

tám

9

sembilan

chín

10

sepuluh

mười

11

sebelas

mười một

12

dua belas
....
mười hai

13

tiga belas
....
mười ba

14

empat belas
....
mười bốn

15

lima belas
....
mười lăm

16

enam belas
....
mười sáu

17

tujuh belas
....
mười bảy

18

lapan belas
....
mười tám

19

Sembilan belas
....
mười chín

20

dua puluh
....
hai mươi

100

ratus
....
một trăm

1.000

ribu
....
một ngàn

1.000.000

juta
....
một triệu

nombor - con số

Bahasa Inggeris

tiếng Anh

Bahasa Inggeris Amerika

tiếng Anh Mỹ

Bahasa Cina Mandarin

tiếng Quan Thoại

Bahasa Hindi

tiếng Hin-di

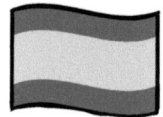

Bahasa Sepanyol

tiếng Tây Ban Nha

Bahasa Perancis

tiếng Pháp

Bahasa Arab

tiếng Ả-rập

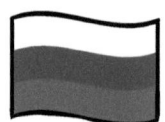

Bahasa Rusia

tiếng Nga

Bahasa Portugis

tiếng Bồ Đào Nha

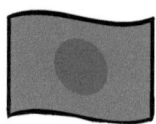

Bahasa Benggali

tiếng Bengal

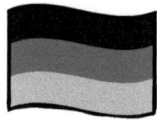

Bahasa Jerman

tiếng Đức

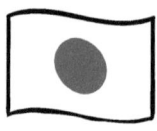

Bahasa Jepun

tiếng Nhật

saya
tôi

anda
bạn

♂ ♀ ○

dia / dia / ia
anh ta / cô ta / nó

kita
chúng tôi

anda
các bạn

mereka
họ

siapa?
ai?

apa?
cái gì?

bagaimana?
như thế nào?

di mana?
ở đâu?

bila?
lúc nào?

nama
tên

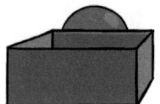

belakang
....
phía sau

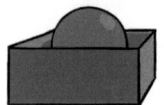

dalam
....
ở trong

di hadapan
....
phía trước

lebih
....
phía trên

pada
....
ở trên

di bawah
....
ở dưới

bersebelahan
....
bên cạnh

antara
....
ở giữa

tempat
....
chỗ